AF189441

Impressum
Verlag: BABADADA GmbH, Nedderfeld 112 , 22529 Hamburg
Geschäftsführer / Verlagsleitung: Harald Hof
Druck: Books on Demand GmbH, In de Tarpen 42, 22848 Norderstedt

Imprint
Publisher: BABADADA GmbH, Nedderfeld 112 , 22529 Hamburg, Germany
Managing Director / Publishing direction: Harald Hof
Print: Books on Demand GmbH, In de Tarpen 42, 22848 Norderstedt

koulu

โรงเรียน

jakaa
หาร
186/2
taulu
กระดาน
luokkahuone
ห้องเรียน
koulunpiha
สนามโรงเรียน
opettaja
ครู
paperi
กระดาษ
kirjoittaa
เขียน
kynä
ปากกา
kirjoituspöytä
โต๊ะทำงาน
viivoitin
ไม้บรรทัด
kirja
หนังสือ
oppilas
นักเรียน

reppu
กระเป๋าหนังสือ

penaali
กล่องดินสอ

lyijykynä
ดินสอ

kynänteroitin
กบเหลาดินสอ

pyyhekumi
ยางลบ

piirustuslehtiö
สมุดวาดภาพ

2

koulu - โรงเรียน

piirustus

ภาพวาด

pensseli

พู่กัน

vesivärit

กล่องสี

sakset

กรรไกร

liima

กาว

harjoituskirja

สมุดแบบฝึกหัด

kotitehtävä

การบ้าน

luku

ตัวเลข

lisätä

บวก

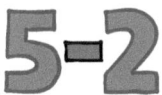

vähentää

ลบ

kertoa

คูณ

laskea

คำนวณ

kirjain

ตัวอักษร

aakkoset

อักษรพยัญชนะ

sana

คำ

teksti

ข้อความ

lukea

อ่าน

liitu

ชอล์ก

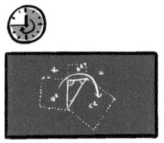

oppitunti

บทเรียน

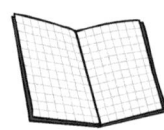

opettajan muistikirja

ลงทะเบียน

koe

การสอบ

todistus

ใบรับรอง

koulupuku

ชุดนักเรียน

koulutus

การศึกษา

sanakirja

สารานุกรม

yliopisto

มหาวิทยาลัย

mikroskooppi

กล้องจุลทรรศน์

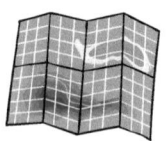

kartta

แผนที่

roskakori

ตะกร้าใส่เศษกระดาษที่ไม่ใช้แล้ว

matka

การท่องเที่ยว

hotelli
โรงแรม
Grand
retkeilymaja
โฮสเทล
ROOMS
rahanvaihto
สำนักงานแลกเปลี่ยนเงินตรา
EXCHANGE
matkalaukku
กระเป๋าเดินทาง
auto
รถยนต์

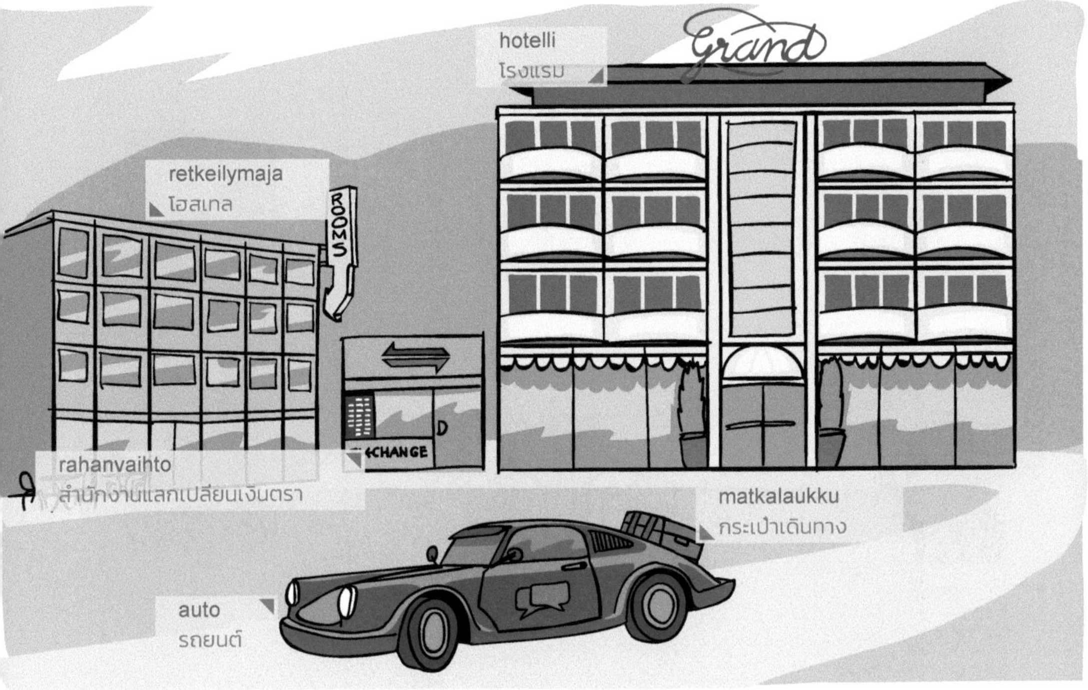

kieli

ภาษา

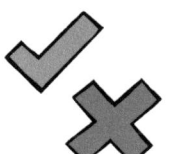

kyllä / ei

ใช่/ไม่ใช่

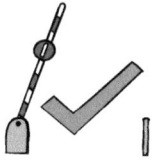

selvä

ตกลง

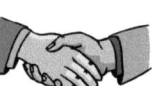

hei

สวัสดี

tulkki

นักแปล

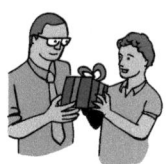

kiitos

ขอบคุณ

Paljonko...maksaa?

ราคาเท่าไหร่...?

en ymmärrä

ฉันไม่เข้าใจ

ongelma

ปัญหา

Hyvää iltaa!

สวัสดีตอนเย็น

Hyvää huomenta!

สวัสดีตอนเช้า

Hyvää yötä!

ราตรีสวัสดิ์

näkemiin

แล้วพบกันใหม่

suunta

ทิศทาง

matkatavarat

กระเป๋าเดินทาง

laukku

กระเป๋า

reppu

กระเป๋าสะพายหลัง

vieras

แขก

huone

ห้อง

makuupussi

ถุงนอน

teltta

เต้นท์

turisti-info

ข้อมูลนักท่องเที่ยว

ranta

ชายหาด

luottokortti

บัตรเครดิต

aamupala

มื้อเช้า

lounas

มื้อกลางวัน

päivällinen

มื้อเย็น

matkalippu

ตั๋ว

hissi

ลิฟต์

postimerkki

แสตมป์

raja

พรมแดน

tulli

ภาษีศุลกากร

suurlähetystö

สถานทูต

viisumi

วีซ่า

passi

พาสปอร์ต

kuljetus

ขนส่ง

laiva
เรือใหญ่
paloauto
รถดับเพลิง
linja-auto
รถโดยสารประจำ
kuorma-auto
รถบรรทุก
moottorivene
เรือยนต์
polkupyörä
จักรยาน/จักรยานยนต์
auto
รถยนต์

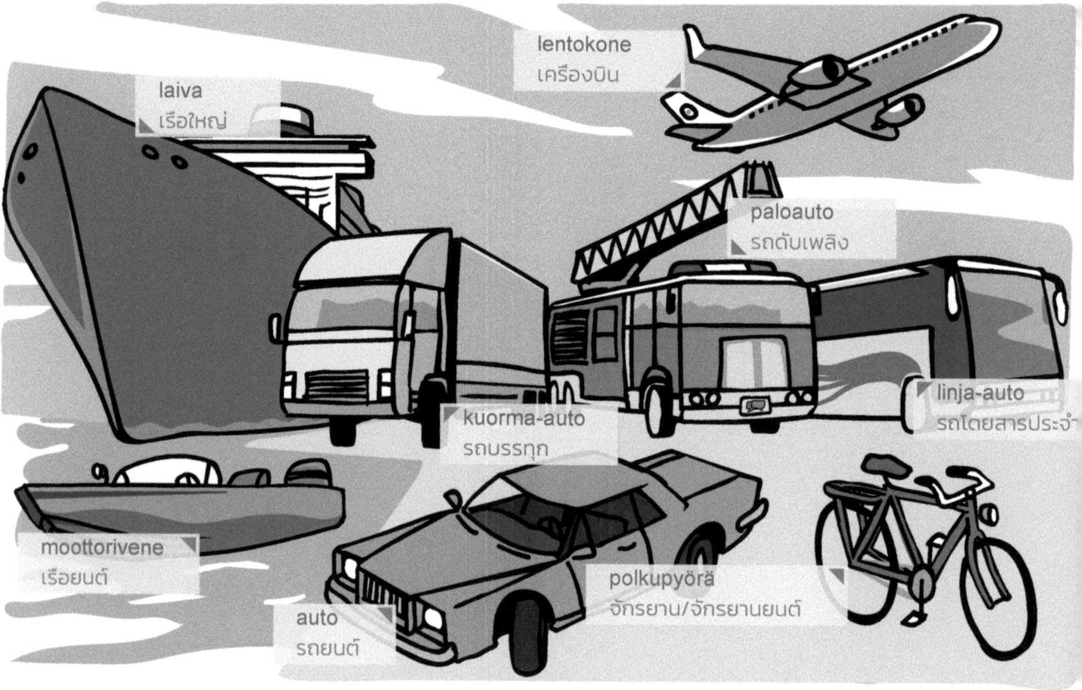

lautta

เรือข้ามฟาก

vene

เรือ

moottoripyörä

รถจักรยานยนต์

poliisiauto

รถตำรวจ

kilpa-auto

รถแข่ง

vuokra-auto

รถเช่า

car sharing

การแบ่งกันใช้รถยนต์

hinausauto

รถลาก

roska-auto

รถขยะ

moottori

เครื่องยนต์

polttoaine

เชื้อเพลิง

huoltoasema

ปั้มน้ำมัน

liikennemerkki

เครื่องหมายจราจร

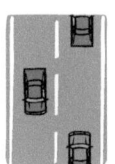

liikenne

การจราจร

ruuhka

การจราจรติดขัด

parkkipaikka

ที่จอดรถ

rautatieasema

สถานีรถไฟ

raiteet

รางรถไฟ

juna

รถไฟ

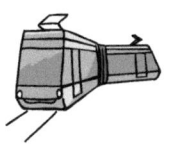

raitiovaunu

รถราง

vaunu

ตู้รถไฟ

helikopteri

เฮลิคอปเตอร์

lentokenttä

สนามบิน

lähilennonjohto

หอคอย

matkustaja

ผู้โดยสาร

kontti

ตู้บรรจุสินค้า

pahvilaatikko

กล่องกระดาษ

kärryt

รถเข็น/รถลาก

kori

ตะกร้า

nousta / laskea

บินขึ้น/ ลงจอด

kaupunki

เมือง

kylä

หมู่บ้าน

keskusta

ใจกลางเมือง

talo

บ้าน

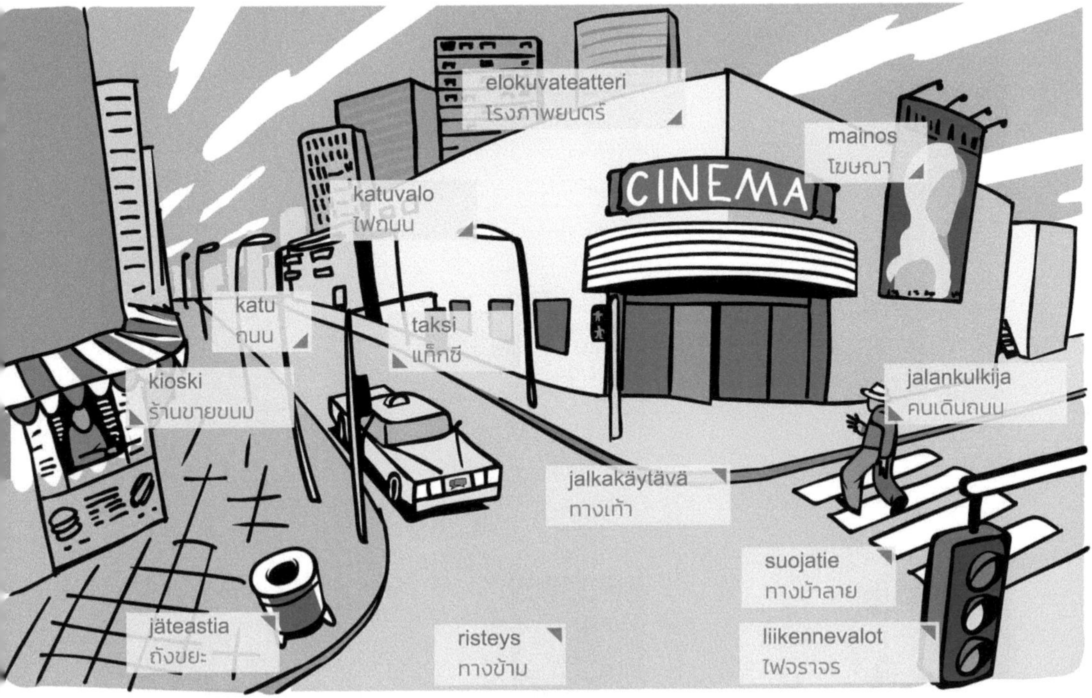

elokuvateatteri
โรงภาพยนตร์

mainos
โฆษณา

katuvalo
ไฟถนน

katu
ถนน

taksi
แท็กซี่

kioski
ร้านขายขนม

jalankulkija
คนเดินถนน

jalkakäytävä
ทางเท้า

suojatie
ทางม้าลาย

jäteastia
ถังขยะ

risteys
ทางข้าม

liikennevalot
ไฟจราจร

mökki
กระท่อม

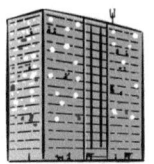

kerrostalo
แฟลต

rautatieasema
สถานีรถไฟ

kaupungintalo
ศาลากลางจังหวัด

museo
พิพิธภัณฑ์

koulu
โรงเรียน

yliopisto

มหาวิทยาลัย

pankki

ธนาคาร

sairaala

โรงพยาบาล

hotelli

โรงแรม

apteekki

ร้านขายยา

toimisto

สำนักงาน

kirjakauppa

ร้านขายหนังสือ

liike

ร้านค้า

kukkakauppa

ร้านขายดอกไม้

supermarketti

ซูเปอร์มาร์เก็ต

tori

ตลาด

tavaratalo

ห้างสรรพสินค้า

kalakauppias

ร้านขายปลา

ostoskeskus

ศูนย์การค้า

satama

ท่าเรือ

puisto

สวนสาธารณะ

penkki

ม้านั่ง

silta

สะพาน

portaat

บันได

metro

รถไฟใต้ดิน

tunneli

อุโมงค์

linja-autopysäkki

ป้ายรถเมล์

baari

บาร์

ravintola

ร้านอาหาร

postilaatikko

ตู้ไปรษณีย์

katukyltti

ป้ายชื่อถนน

parkkimittari

มิเตอร์เก็บค่าจอดรถ

eläintarha

สวนสัตว์

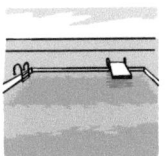

uimala

สระว่ายน้ำ

moskeija

สุเหร่า/มัสยิด

maatila

ฟาร์ม

ympäristön saastuminen

มลพิษ

hautausmaa

สุสาน

kirkko

โบสถ์

leikkikenttä

สนามเด็กเล่น

temppeli

วัด

maisema

ภูมิประเทศ

lehti
ใบไม้

tienviitta
ป้ายบอกทาง

tie
ทาง

niitty
ทุ่งหญ้า

kivi
ก้อนหิน

puu
ต้นไม้

retkeilijä
นักเดินทางไกลด้วยเท้า

joki
แม่น้ำ

ruoho
หญ้า

kukka
ดอกไม้

laakso

หุบเขา

vuori

เนินเขา

järvi

ทะเลสาบ

metsä

ป่า

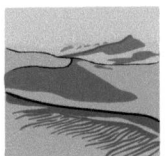

aavikko

ทะเลทราย

tulivuori

ภูเขาไฟ

linna

คฤหาสน์

sateenkaari

รุ้งกินน้ำ

sieni

เห็ด

palmu

ต้นปาล์ม

hyttynen

ยุง

kärpänen

แมลงวัน

muurahainen

มด

mehiläinen

ผึ้ง

hämähäkki

แมงมุม

kovakuoriainen

แมลงปีกแข็ง

sammakko

กบ

orava

กระรอก

siili

เม่น

jänis

กระต่ายป่า

pöllö

นกฮูก

lintu

นก

joutsen

หงส์

villisika

หมูป่าตัวผู้

peura

กวาง

hirvi

กวางมูส

pato

เขื่อน

tuulimylly

กังหันลม

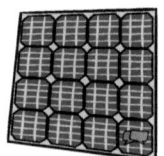

aurinkopaneeli

แผงโซล่าเซลล์

ilmasto

สภาพอากาศ

ravintola

ร้านอาหาร

ruokalista
รายการอาหาร
tuoli
เก้าอี้
keitto
ซุป
pitsa
พิซซ่า
ruokailuvälineet
เครื่องใช้บนโต๊ะอาหาร
pöytäliina
ผ้าปูโต๊ะ

alkuruoka
อาหารเรียกน้ำย่อย

pääruoka
อาหารจานหลัก

jälkiruoka
ของหวาน

juomat
เครื่องดื่ม

ruoka
อาหาร

pullo
ขวด

pikaruoka

อาหารจานด่วน

katuruoka

ร้านข้างถนน

teekannu

กาน้ำชา

sokeriastia

โถใส่น้ำตาล

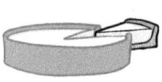

annos

ส่วนแบ่งอาหารสำหรับหนึ่งคน

espressokeitin

เครื่องชงกาแฟเอสเปรสโซ่

syöttötuoli

เก้าอี้สูง

lasku

ใบเสร็จ

tarjotin

ถาด

veitsi

มีด

haarukka

ส้อม

lusikka

ช้อน

teelusikka

ช้อนชา

servietti

ผ้าเช็ดปากบนโต๊ะอาหาร

lasi

แก้วน้ำ

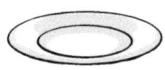

lautanen
จาน

syvä lautanen
จานซุป

aluslautanen
จานรอง

kastike
ซอส

suolasirotin
กระปุกเกลือ

pippurimylly
กระปุกบดพริกไทย

etikka
น้ำส้มสายชู

öljy
น้ำมันที่ใช้ปรุงอาหาร

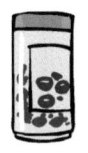

mausteet
เครื่องเทศ

ketsuppi
ซอสมะเขือเทศ

sinappi
มัสตาร์ด

majoneesi
มายองเนส

supermarketti

ซูเปอร์มาร์เก็ต

ข้อเสนอพิเศษ
asiakas
ลูกค้า
maitotuotteet
ผลิตภัณฑ์ที่ทำจากนม
hedelmät
ผลไม้
ostoskärryt
รถเข็น

teurastamo

ร้านขายเนื้อ

leipomo

ร้านขายขนมปัง

punnita

ชั่งน้ำหนัก

kasvikset

ผัก

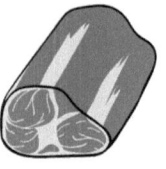

liha

เนื้อ

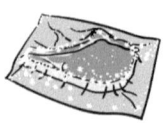

pakasteet

อาหารแช่แข็ง

leikkele

อาหารเนื้อตัดเย็น

säilykkeet

อาหารกระป๋อง

pesujauhe

ผงซักฟอก

makeiset

ขนมหวาน/ลูกกวาด

kotitaloustarvikkeet

ผลิตภัณฑ์ในครัวเรือน

puhdistusaineet

ผลิตภัณฑ์ทำความสะอาด

myyjä

พนักงานขายหญิง

kassa

เครื่องคิดเงิน

kassanhoitaja

พนักงานจ่ายเงิน

ostoslista

รายการซื้อของ

aukioloajat

เวลาเปิดทำการ

lompakko

กระเป๋าสตางค์

luottokortti

บัตรเครดิต

kassi

กระเป๋า

muovipussi

ถุงพลาสติก

juomat

เครื่องดื่ม

vesi

น้ำเปล่า

mehu

น้ำผลไม้

maito

นม

kokis

โค้ก

viini

ไวน์

olut

เบียร์

alkoholi

แอลกอฮอล์

kaakao

โกโก้

tee

ชา

kahvi

กาแฟ

espresso

เอสเปรสโซ่

cappuccino

คาปูชิโน่

ruoka
อาหาร

banaani

กล้วย

omena

แอปเปิ้ล

appelsiini

ส้ม

meloni

เมลอน

sitruuna

มะนาว

porkkana

แครอท

valkosipuli

กระเทียม

bambu

ต้นไผ่

sipuli

หัวหอม

sieni

เห็ด

pähkinät

ถั่ว

spagetti

ก๋วยเตี๋ยว

spagetti

สปาเก็ตตี้

riisi

ข้าว

salaatti

สลัด

ranskalaiset

มันฝรั่งทอด

paistetut perunat

มันฝรั่งทอด

pitsa

พิซซ่า

hampurilainen

แฮมเบอร์เกอร์

voileipä

แซนด์วิช

leike

ชิ้นเนื้อไร้กระดูก

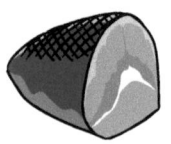

kinkku

แฮม

salami

ไส้กรอกแห้งซาลามิ

makkara

ไส้กรอก

kana

ไก่

paisti

ย่าง/ปิ้ง

kala

ปลา

kaurahiutaleet

โจ๊กข้าวโอ๊ต

mysli

ธัญพืชอบกรอบ

murot

คอร์นเฟล็ค

jauho

แป้งทำอาหาร

voisarvi

ครัวซองค์

sämpylä

ขนมปังสโคน

leipä

ขนมปัง

paahtoleipä

ขนมปังปิ้ง

keksit

บิสกิต

voi

เนย

rahka

นมข้น

kakku

เค้ก

kananmuna

ไข่

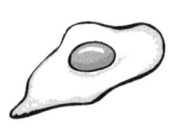

paistettu kananmuna

ไข่ดาว

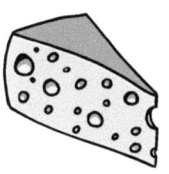

juusto

ชีส

jäätelö

ไอศกรีม

sokeri

น้ำตาล

hunaja

น้ำผึ้ง

hillo

แยม

suklaapähkinälevite

ช็อกโกแลตครีมสเปรด

curry

แกงกะหรี่

maatila
ฟาร์ม

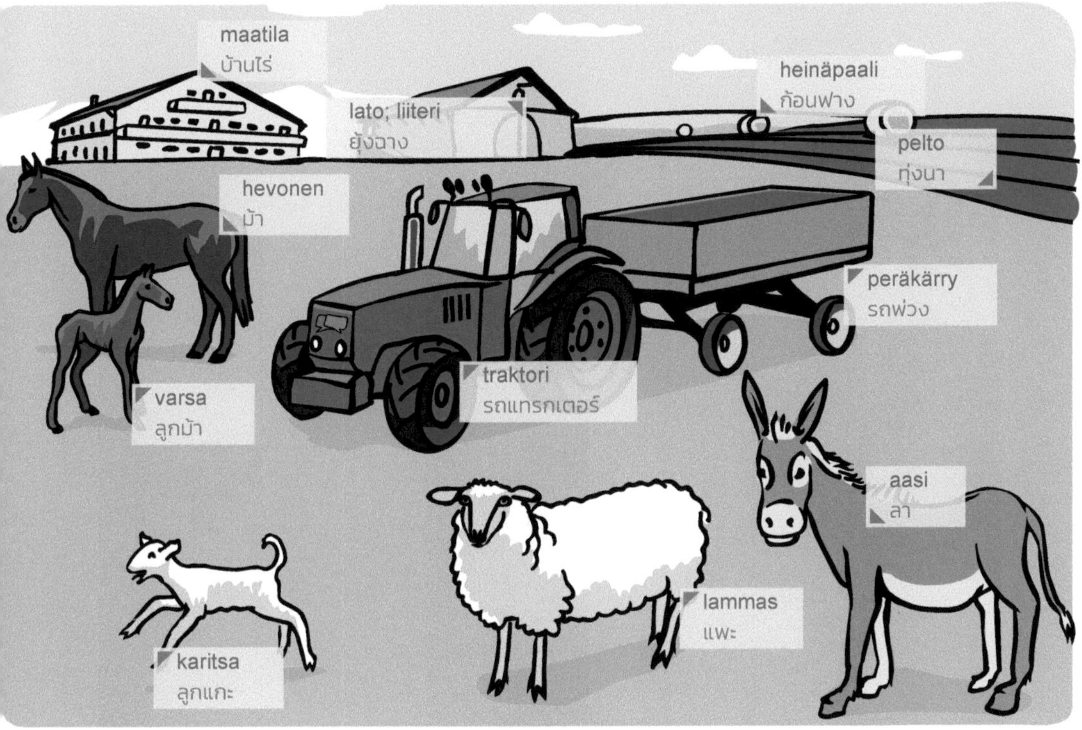

maatila
บ้านไร่
lato; liiteri
ยุ้งฉาง
heinäpaali
ก้อนฟาง
pelto
ทุ่งนา
hevonen
ม้า
peräkärry
รถพ่วง
traktori
รถแทรกเตอร์
varsa
ลูกม้า
aasi
ลา
lammas
แพะ
karitsa
ลูกแกะ

vuohi

แพะ

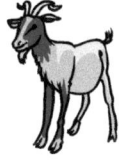

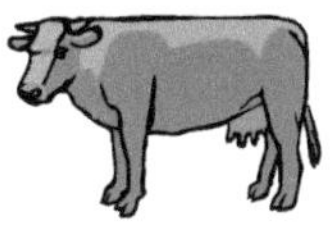

lehmä

วัวตัวเมีย

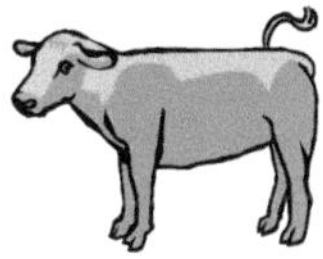

vasikka

ลูกวัว

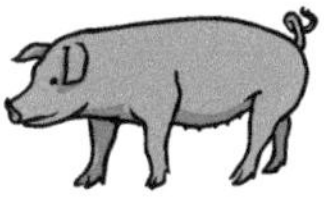

sika

หมู

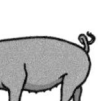

porsas

ลูกหมู

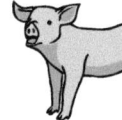

sonni

วัวตัวผู้

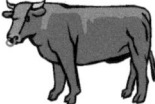

hanhi

ห่าน

ankka

เป็ด

tipu

ลูกไก่

kana

แม่ไก่

kukko

ไก่ตัวผู้

rotta

หนู

kissa

แมว

hiiri

หนู

härkä

วัวตัวผู้สำหรับใช้แรงงานในฟาร์
ม

koira

สุนัข

koirankoppi

บ้านสุนัข

puutarhaletku

สายยางที่ใช้ในสวน

kastelukannu

บัวรดน้ำต้นไม้

viikate

เคียวด้ามยาว

aura

คันไถ

sirppi

เคียว

kuokka

จอบ

talikko

คราด

kirves

ค้อน

kottikärryt

รถเข็นล้อเดียว

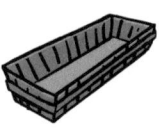

kaukalo

รางน้ำ

maitokannu

ถังใส่นม

säkki

กระสอบ

aita

รั้ว

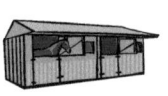

talli

คอกม้า

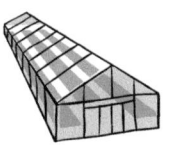

kasvihuone

เรือนกระจก

maa

ดิน

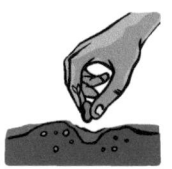

siemen

เมล็ดพืช

lannoite

ปุ๋ย

leikkuupuimuri

เครื่องเกี่ยวนวดข้าว

kerätä sato

เก็บเกี่ยว

sato

การเก็บเกี่ยว

jamssit

มันเทศ

vehnä

ข้าวสาลี

soija

ถั่วเหลือง

peruna

มันฝรั่ง

maissi

ข้าวโพด

rypsi

ดอกเรพซีด

hedelmäpuu

ต้นไม้ที่ออกผล

maniokki

มันสำปะหลัง

vilja

ธัญพืช

talo
บ้าน

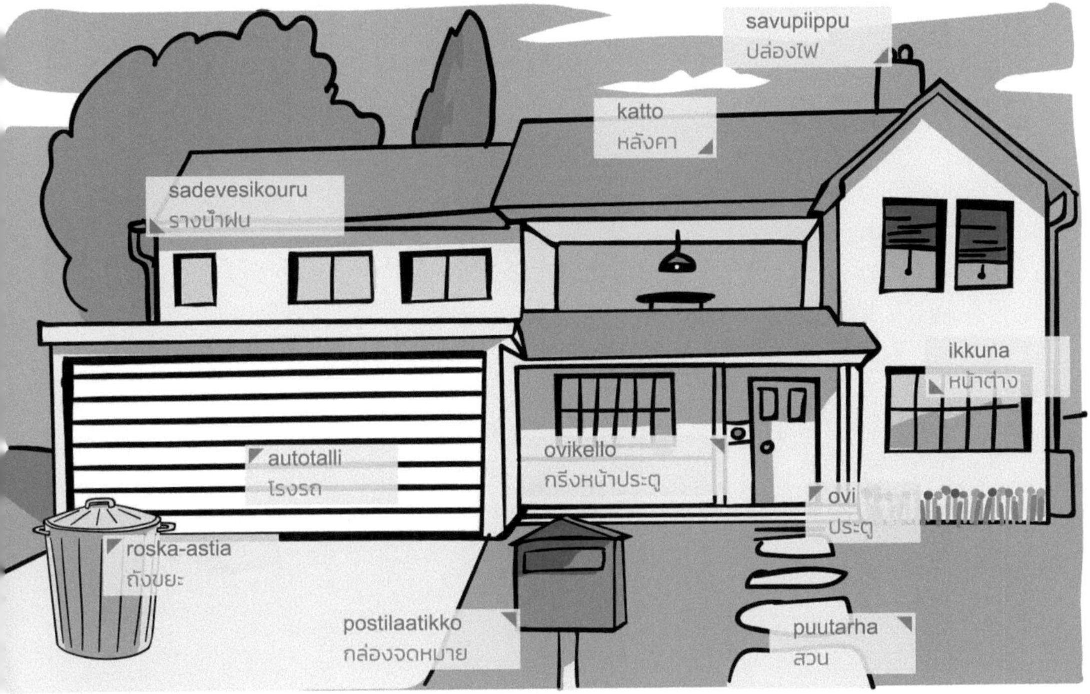
savupiippu
ปล่องไฟ
katto
หลังคา
sadevesikouru
รางน้ำฝน
ikkuna
หน้าต่าง
autotalli
โรงรถ
ovikello
กริ่งหน้าประตู
ovi
ประตู
roska-astia
ถังขยะ
postilaatikko
กล่องจดหมาย
puutarha
สวน

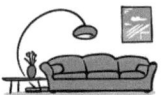

olohuone

ห้องนั่งเล่น

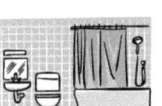

kylpyhuone

ห้องน้ำ

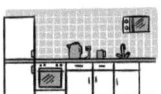

keittiö

ห้องครัว

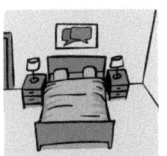

makuuhuone

ห้องนอน

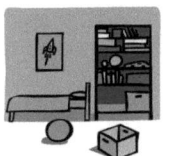

lastenhuone

ห้องพักสำหรับเด็ก

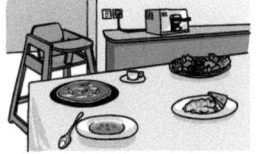

ruokahuone

ห้องอาหาร

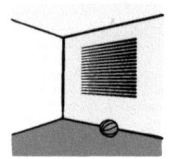

lattia

พื้น

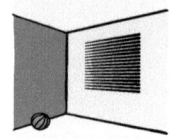

seinä

ผนัง

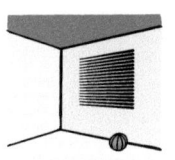

katto

เพดาน

kellari

ห้องเก็บของใต้ดิน

sauna

ซาวน่า

parveke

ระเบียง

terassi

ลานตะพักลำน้ำ

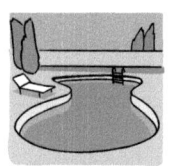

uima-allas

สระว่ายน้ำ

ruohonleikkuri

เครื่องตัดหญ้า

lakana

ผ้าปูที่นอน

päiväpeitto

ผ้าคลุมเตียง

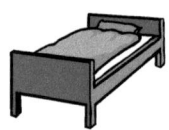

sänky

เตียง

harja

ไม้กวาด

ämpäri

ถังน้ำ

katkaisin

สวิตช์

olohuone

ห้องนั่งเล่น

วอลเปเปอร์
kuva
ภาพ
lamppu
โคมไฟ
hylly
kaappi
ตู้
televisio
โทรทัศน์
takka
เตาผิง
kukka
ดอกไม้
tyyny
เบาะ
sohva
โซฟา
maljakko
แจกัน
kaukosäädin
รีโมทคอนโทรล

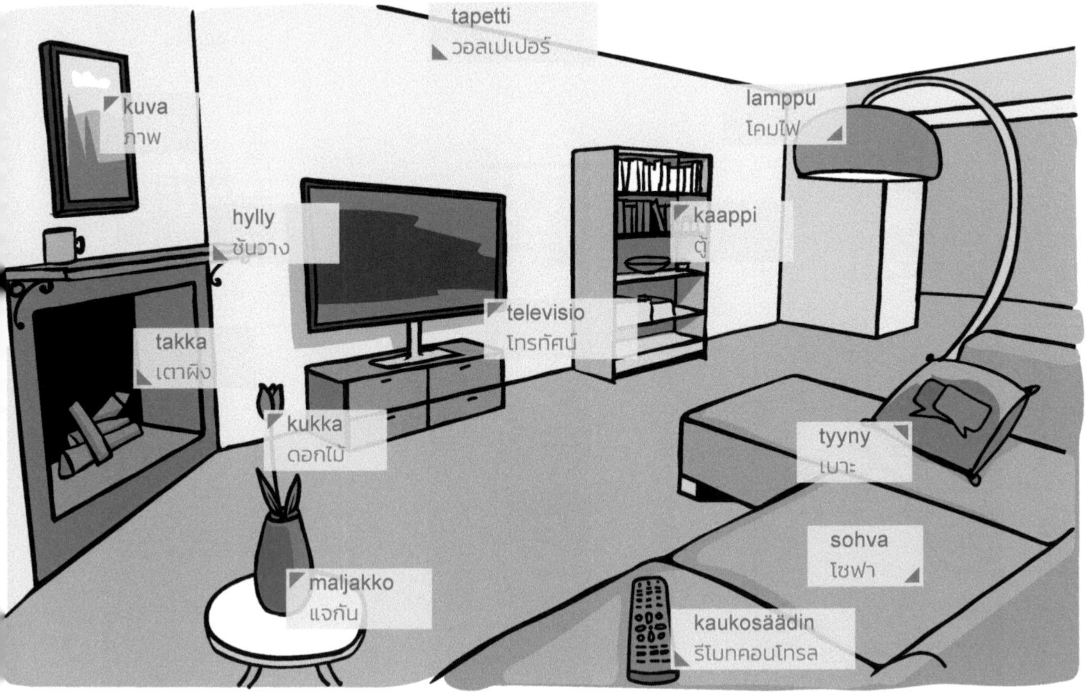

matto

พรมเช็ดเท้า

verho

ผ้าม่าน

pöytä

โต๊ะ

tuoli

เก้าอี้

keinutuoli

เก้าอี้โยก

nojatuoli

เก้าอี้ที่มีที่วางแขน

kirja

หนังสือ

peitto

ผ้าห่ม

koriste

ของตกแต่ง

polttopuut

ฟืน

elokuva

ภาพยนตร์

stereot

เครื่องเสียงระบบไฮไฟ

avain

กุญแจ

sanomalehti

หนังสือพิมพ์

maalaus

จิตรกรรม

juliste

โปสเตอร์

radio

วิทยุ

muistivihko

สมุด

pölynimuri

เครื่องดูดฝุ่น

kaktus

ตะบองเพชร

kynttilä

เทียนไข

keittiö

ห้องครัว

jääkaappi
ตู้เย็น
mikroaaltouuni
ไมโครเวฟ
keittiövaaka
เครื่องชั่งน้ำหนักอาหาร
leivänpaahdin
เครื่องปิ้งขนมปัง
pesuaine
ผงซักฟอก
leivinuuni
เตาอบ
pakastinlokero
ช่องแข็งในตู้เย็น
roska-astia
ถังขยะ
astianpesukone
เครื่องล้างจาน

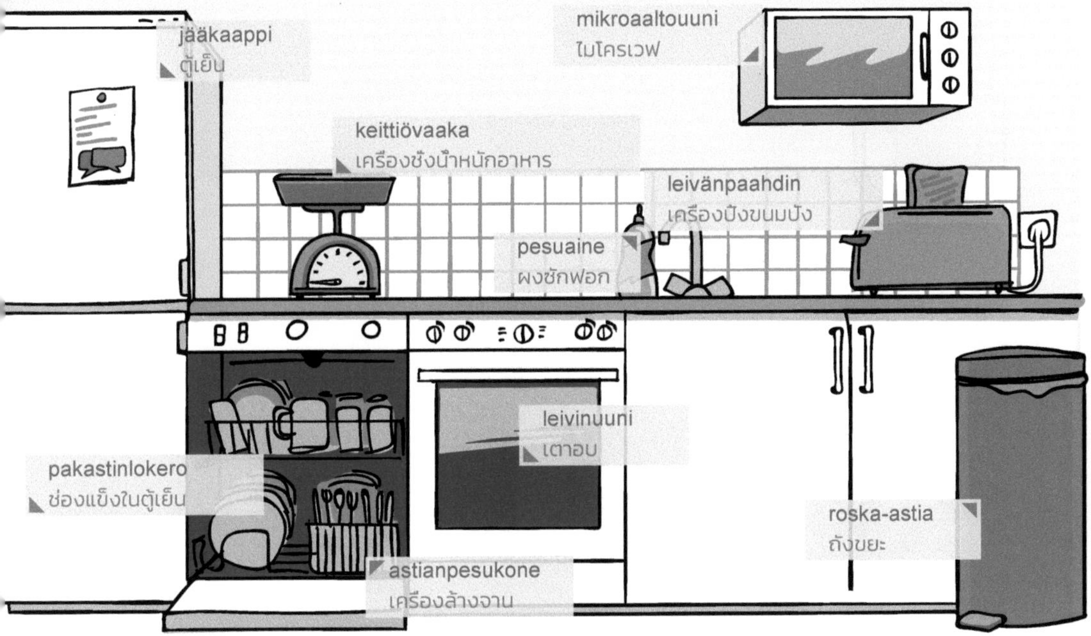

liesi

เตาปรุงอาหาร

kattila

หม้อ

rautapata

หม้อเหล็กหล่อ

vokkipannu / kadai-pannu

กระทะจีน

paistinpannu

กระทะ

teepannu

กาต้มน้ำ

höyrykeitin

หม้อไอน้ำ

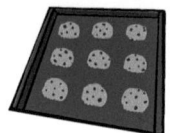

uunipelti

ถาดอบ

astiat

เครื่องถ้วยชาม

muki

เหยือก

kulho

ชาม

syömäpuikot

ตะเกียบ

kauha

ทัพพีด้ามยาว

paistinlasta

ตะหลิว

vispilä

ที่ตีไข่

siivilä

ที่กรอง

siivilä

กระชอน

raastin

ที่ขูด

mortteli

ครก

grilli

บาร์บีคิว

avotuli

แคมป์ไฟถาวร

leikkuulauta

เขียง

kaulin

ไม้นวดแป้ง

korkinavaaja

สว่านเปิดจุกขวด

purkki

กระป๋อง

purkinavaaja

ที่เปิดกระป๋อง

pannulappu

ถุงมือจับของร้อน

lavuaari

อ่างล้างจาน

tiskiharja

แปรง

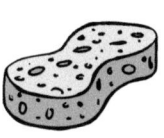

pesusieni

ฟองน้ำ

tehosekoitin

เครื่องปั่น

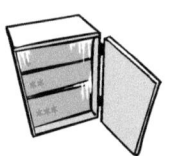

pakastin

ตู้แช่แข็ง

tuttipullo

ขวดนม

vesihana

ก๊อกน้ำ

kylpyhuone

ห้องน้ำ

suihku
ฝักบัว
lämmitys
เครื่องทำความร้อน
pyyhe
ผ้าเช็ดมือ
suihkuverho
ม่านห้องน้ำ
vaahtokylpy
สบู่ทำฟอง
kylpyamme
อ่างอาบน้ำ
lasi
แก้วน้ำ
pesukone
เครื่องซักผ้า
vesihana
ก๊อกน้ำ
kaakelit
กระเบื้อง
potta
โถส้วมสำหรับเด็ก
lavuaari
อ่างล้างจาน

vessa

ห้องส้วม

kyykkyvessa

ส้วมนั่งยอง

bidee

โถปัสสาวะหญิง

pisuaari

โถปัสสาวะชาย

vessapaperi

กระดาษชำระสำหรับใช้ในห้องน้ำ

vessaharja

แปรงขัดห้องน้ำ

hammasharja

แปรงสีฟัน

hammastahna

ยาสีฟัน

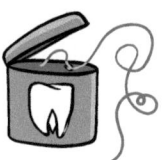

hammaslanka

ไหมขัดฟัน

pestä

ล้าง

käsisuihku

ฝักบัวมือ

intiimisuihku

สายฉีดชำระ

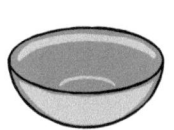

pesuvati

อ่างล้างหน้า

selkäharja

แปรงถูหลัง

saippua

สบู่

suihkugeeli

เจลอาบน้ำ

shampoo

แชมพู

pesulappu

ผ้าสักหลาด

viemäri

ท่อระบายน้ำทิ้ง

voide

ครีม

deodorantti

ผลิตภัณฑ์ระงับกลิ่นตัว

peili
กระจก

käsipeili
กระจกถือ

partaveitsi
ที่โกนหนวด

partavaahto
โฟมโกนหนวด

partavesi
โลชั่นบำรุงผิวหลังโกนหนวด

kampa
หวี

harja
แปรง

hiustenkuivaaja
ไดร์เป่าผม

hiuslakka
สเปรย์ฉีดผม

meikki
ชุดเครื่องสำอาง

huulipuna
ลิปสติก

kynsilakka
น้ำยาทาเล็บ

pumpuli
สำลี

kynsisakset
กรรไกรตัดเล็บ

hajuvesi
น้ำหอม

kosmetiikkalaukku

กระเป๋าอาบน้ำ

jakkara

เก้าอี้สามขา

vaaka

เครื่องชั่งน้ำหนัก

kylpytakki

เสื้อคลุมอาบน้ำ

kumihansikkaat

ถุงมือยาง

tamponi

ผ้าอนามัยแบบสอด

terveysside

ผ้าอนามัย

kemiallinen wc

ส้วมเคมี

lastenhuone
ห้องพักสำหรับเด็ก

herätyskello
นาฬิกาปลุก
pehmolelu
ของเล่นน่ารักน่ากอด
leikkiauto
รถยนต์ของเล่น
helistin
ของเล่นประเภทเขย่าแล้วมีเสียง
nukkekoti
บ้านตุ๊กตา
lahja
ของขวัญ

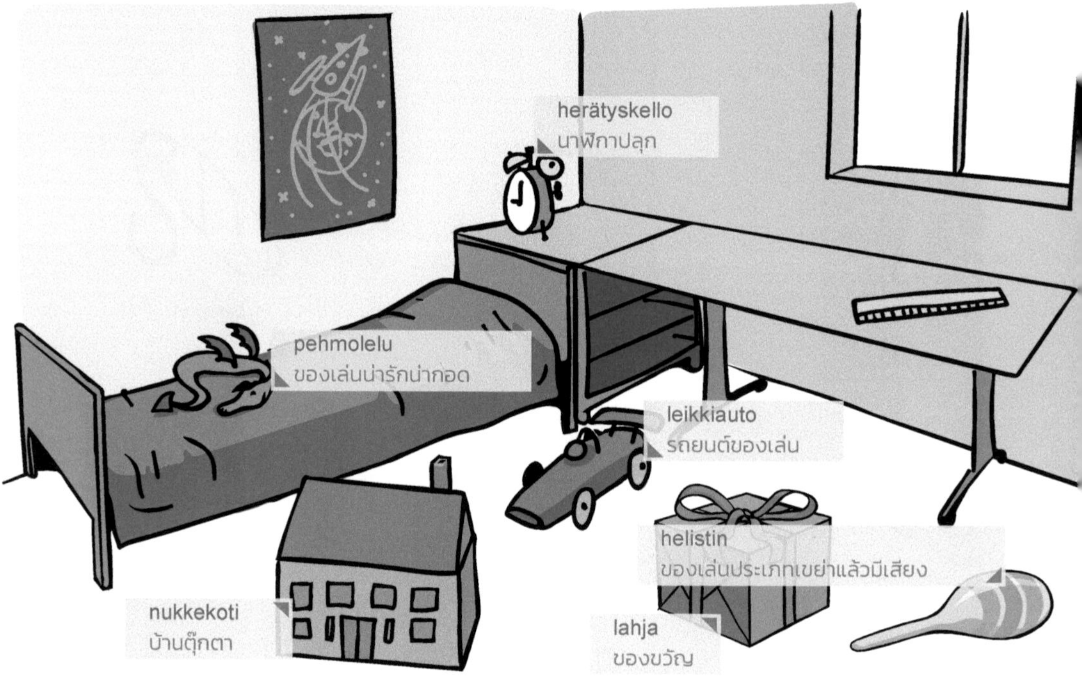

ilmapallo

ลูกโป่ง

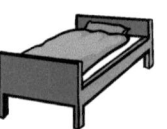

sänky

เตียง

lastenvaunut

รถเข็นเด็ก

korttipeli

สำรับไพ่

palapeli

จิ๊กซอว์

sarjakuva

หนังสือการ์ตูน

legopalikat
ตัวต่อเลโก้

rakennuspalikat
บล็อกของเล่น

supersankari
ฟิกเกอร์แบบขยับท่าทางได้

potkupuku
เสื้อผ้าทารก

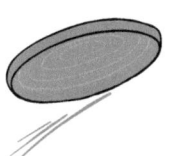

frisbee
จานร่อน

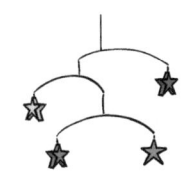

mobile
โมบายแขวนหัวเตียงเด็ก

lautapeli
เกมกระดาน

noppa
ลูกเต๋า

pienoisjunarata
ชุดรถไฟจำลอง

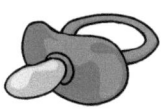

tutti
หุ่น

juhlat
ปาร์ตี้

kuvakirja
หนังสือภาพ

pallo
ลูกบอล

nukke
ตุ๊กตา

leikkiä
เล่น

hiekkalaatikko

หลุมทราย

keinu

ชิงช้า

lelut

ของเล่น

pelikonsoli

เครื่องเล่นวิดีโอเกม

kolmipyörä

รถจักรยานสามล้อ

nalle

ตุ๊กตาหมี

vaatekaappi

ตู้เสื้อผ้า

vaatteet

เสื้อผ้า

sukat

ถุงเท้า

nylonsukat

ถุงน่อง

sukkahousut

กางเกงรัดรูป

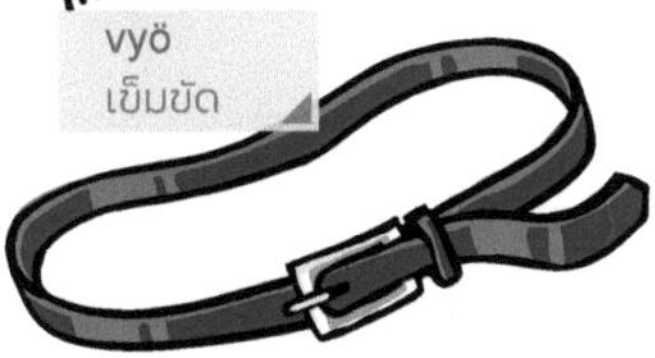

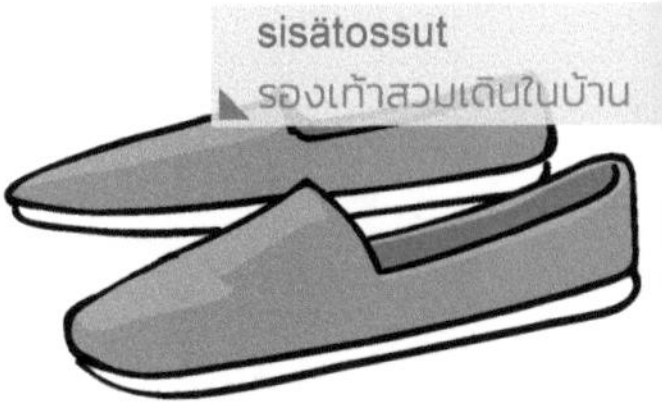

kaulaliina
ผ้าพันคอ

sateenvarjo
ร่ม

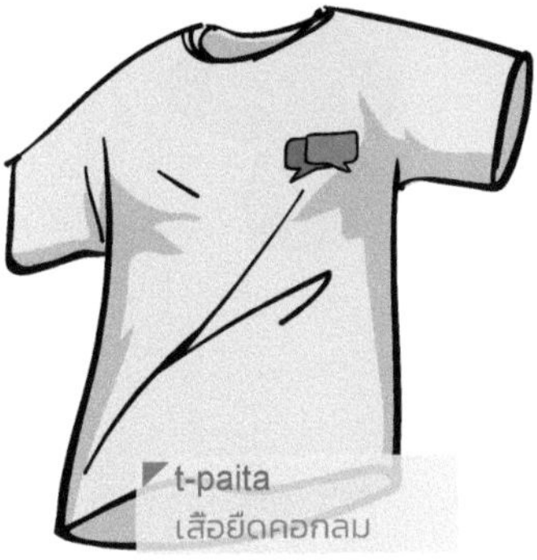

t-paita
เสื้อยืดคอกลม

vyö
เข็มขัด

saappaat
ร้องเท้าบูท

lenkkarit
รองเท้ากีฬา

sisätossut
รองเท้าสวมเดินในบ้าน

sandaalit

รองเท้าแตะ

kengät

รองเท้า

kumisaappaat

ร้องเท้าบูทยาง

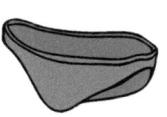

alushousut

กางเกงชั้นใน

rintaliivit

ยกทรง

aluspaita

เสื้อกล้าม

body

เสื้อรัดรูป

housut

กางเกงขายาว

farkut

กางเกงยีน

hame

กระโปรง

pusero

เสื้อเชิ้ตสตรี

paita

เสื้อเชิ้ต

villapaita

เสื้อกันหนาว

collegepaita

เสื้อคลุมมีหมวก

jakku

เสื้อเบลเซอร์

takki

เสื้อแจ็กเก็ต

takki

เสื้อโค้ท

sadetakki

เสื้อกันฝน

puku

เครื่องแต่งกาย

mekko

ชุดเดรส

hääpuku

ชุดแต่งงาน

puku

เสื้อสูท

yöpaita

ชุดราตรี

pyjama

ชุดนอน

shari

ผ้าส่าหรี

päähuivi

ฮิญาบ

turbaani

ผ้าโพกศรีษะ

burka

เสื้อบุรฺเกาะ

kaftaani

เสื้อคลุมคาฟตาน

abaya

เสื้อคลุมอบายะห์

uimapuku

ชุดว่ายน้ำ

uimahousut

กางเกงว่ายน้ำ

shortsit

กางเกงขาสั้น

verkkarit

ชุดวอร์ม

esiliina

ผ้ากันเปื้อน

käsineet

ถุงมือ

nappi
กระดุม

silmälasit
แว่นตา

rannekoru
กำไลข้อมือ

kaulakoru
สร้อยคอ

sormus
แหวน

korvakoru
ต่างหู

lippalakki
หมวกแก๊ป

ripustin
ที่แขวนเสื้อโค้ท

hattu
หมวกปีกกว้าง

solmio
เนคไท

vetoketju
ซิป

kypärä
หมวกกันน็อก

henkselit
สายโยงกางเกง

koulupuku
ชุดนักเรียน

univormu
เครื่องแบบ

ruokalappu

ผ้ากันเปื้อนเด็ก

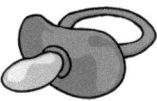

tutti

หุ่น

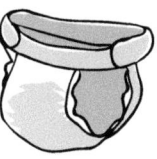

vaippa

ผ้าอ้อม

toimisto
สำนักงาน

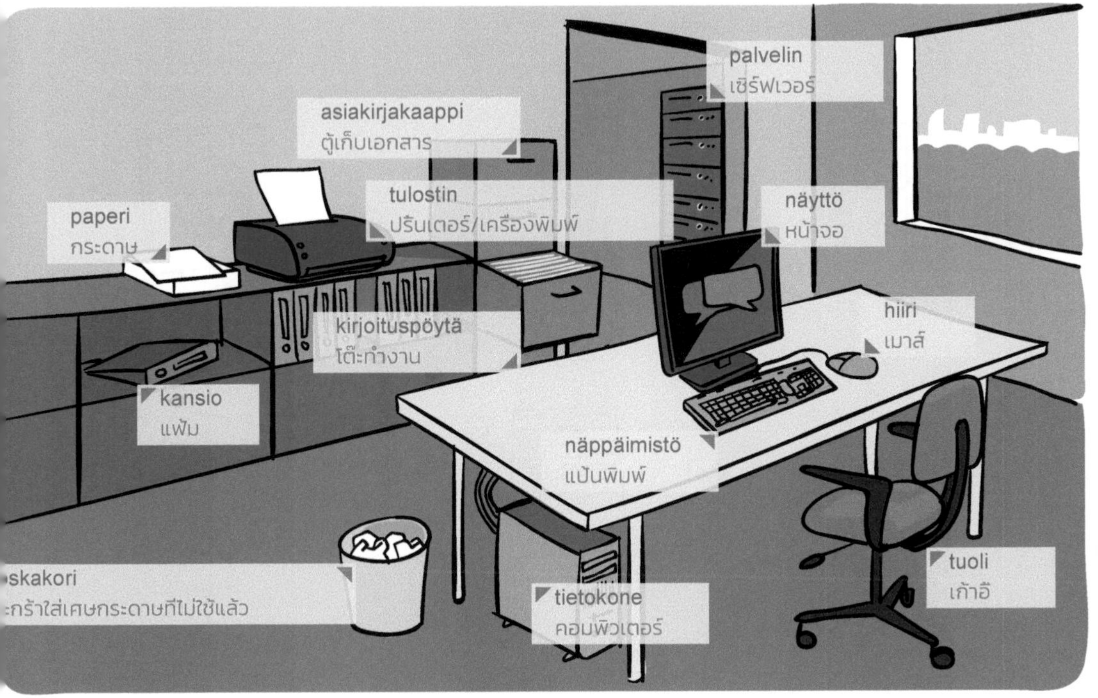

palvelin
เซิร์ฟเวอร์

asiakirjakaappi
ตู้เก็บเอกสาร

tulostin
ปริ้นเตอร์/เครื่องพิมพ์

näyttö
หน้าจอ

paperi
กระดาษ

hiiri
เมาส์

kirjoituspöytä
โต๊ะทำงาน

kansio
แฟ้ม

näppäimistö
แป้นพิมพ์

skakori
ะกร้าใส่เศษกระดาษที่ไม่ใช้แล้ว

tuoli
เก้าอี้

tietokone
คอมพิวเตอร์

kahvimuki

แก้วมัคใส่กาแฟ

taskulaskin

เครื่องคิดเลข

internet

อินเตอร์เน็ต

kannettava tietokone

คอมพิวเตอร์แบบพกพา

kirje

จดหมาย

viesti

ข้อความ

kännykkä

โทรศัพท์มือถือ

verkko

เครือข่าย

kopiokone

เครื่องถ่ายเอกสาร

ohjelmisto

ซอฟต์แวร์

puhelin

โทรศัพท์

pistorasia

ปลั๊กตัวเมีย/เต้าเสียบ

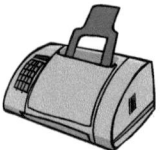

faksi

เครื่องแฟกซ์

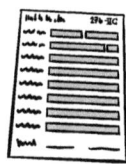

lomake

แบบฟอร์ม

asiakirja

เอกสาร

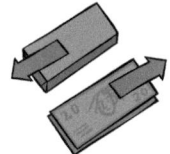

ostaa

ซื้อ

maksaa

จ่าย

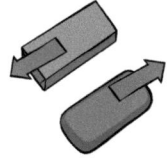

vaihtaa

แลกเปลี่ยน

raha

เงิน

dollari

ดอลลาร์

euro

ยูโร

jeni

เยน

rupla

รูเบิล

frangi

ฟรังก์สวิส

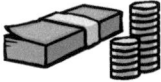

renminbi juan

หยวนเหรินหมินปี้

rupia

รูปี

pankkiautomaatti

เครื่องสำหรับกดเงินสดจากธนาคาร

rahanvaihto

สำนักงานแลกเปลี่ยนเงินตรา

kulta

ทอง

hopea

เงิน

öljy

น้ำมัน

energia

พลังงาน

hinta

ราคา

sopimus

สัญญา

vero

ภาษี

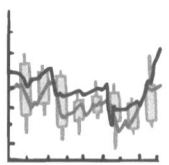

osake

หุ้น

työskennellä

ทำงาน

työntekijä

ลูกจ้าง

työnantaja

นายจ้าง

tehdas

โรงงาน

liike

ร้านค้า

ammatit
อาชีพ

เจ้าหน้าที่ตำรวจ
palomies
พนักงานดับเพลิง
kokki
พ่อครัว
lääkäri
หมอ
lentäjä
นักบิน

puutarhuri

ชาวสวน

puuseppä

ช่างไม้

ompelija

ช่างเย็บผ้าที่เป็นผู้หญิง

tuomari

ผู้พิพากษา

kemisti

นักเคมี

näyttelijä

นักแสดงชาย

linja-autonkuljettaja

คนขับรถประจำทาง

taksinkuljettaja

คนขับรถแท็กซี่

kalastaja

ชาวประมง

siivooja

แม่บ้านทำความสะอาด

katontekijä

ช่างมุงหลังคา

tarjoilija

บริกรชาย

metsästäjä

นายพราน

maalari

จิตรกร

leipuri

คนทำขนมปัง

sähköasentaja

ช่างไฟฟ้า

rakentaja

ช่างก่อสร้าง

insinööri

วิศวกร

teurastaja

คนขายเนื้อ

putkiasentaja

ช่างประปา

postinjakaja

บุรุษไปรษณีย์

sotilas

ทหาร

arkkitehti

สถาปนิก

kassanhoitaja

พนักงานจ่ายเงิน

floristi

คนขายดอกไม้

kampaaja

ช่างทำผม

konduktööri

พนักงานตรวจตั๋ว

mekaanikko

ช่างซ่อมรถยนต์

kapteeni

กัปตัน

hammaslääkäri

ทันตแพทย์

tiedemies

นักวิทยาศาสตร์

rabbi

แรบไบ

imaami

อิหม่าม

munkki

พระ

pappi

พระ/นักบวช

työkalut
เครื่องมือ

pihdit
คีม
ruuvimeisseli
jakoavain
ประแจ
taskulamppu
ไฟฉาย

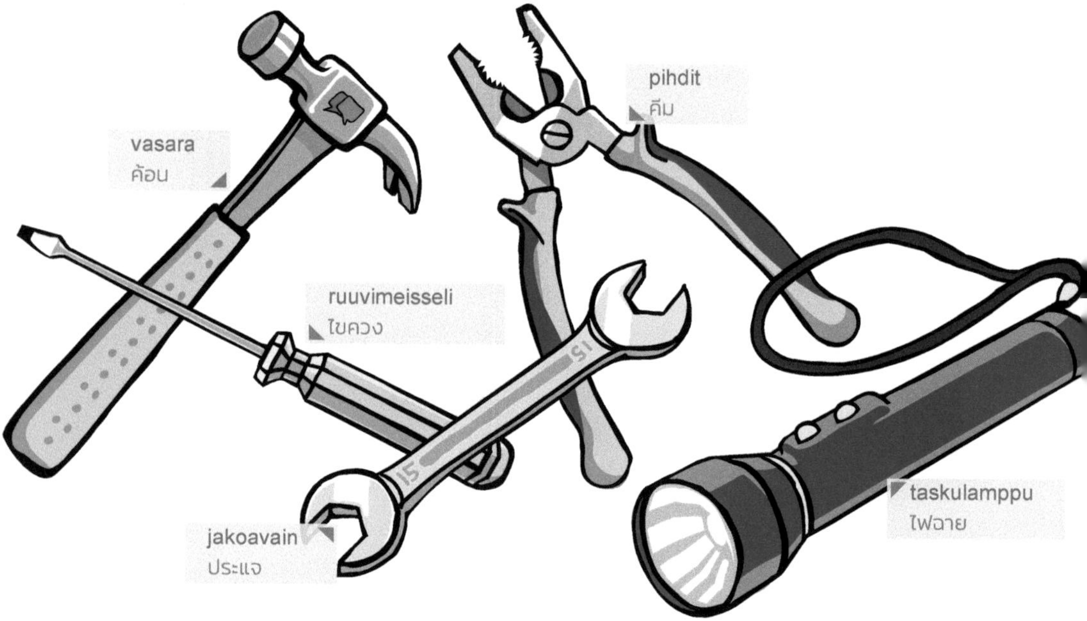

kaivinkone

เครื่องขุด

työkalupakki

กล่องเครื่องมือ

tikkaat

กระได

saha

เลื่อย

naulat

ตะปู

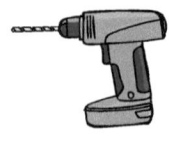

pora

สว่าน

korjata

ซ่อมแซม

lapio

พลั่ว

Hitto!

ตายห่า!

rikkalapio

ที่โกยขยะ

maalipurkki

ถังสี

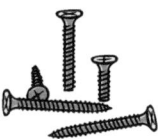

ruuvit

สกรู

soittimet

เครื่องดนตรี

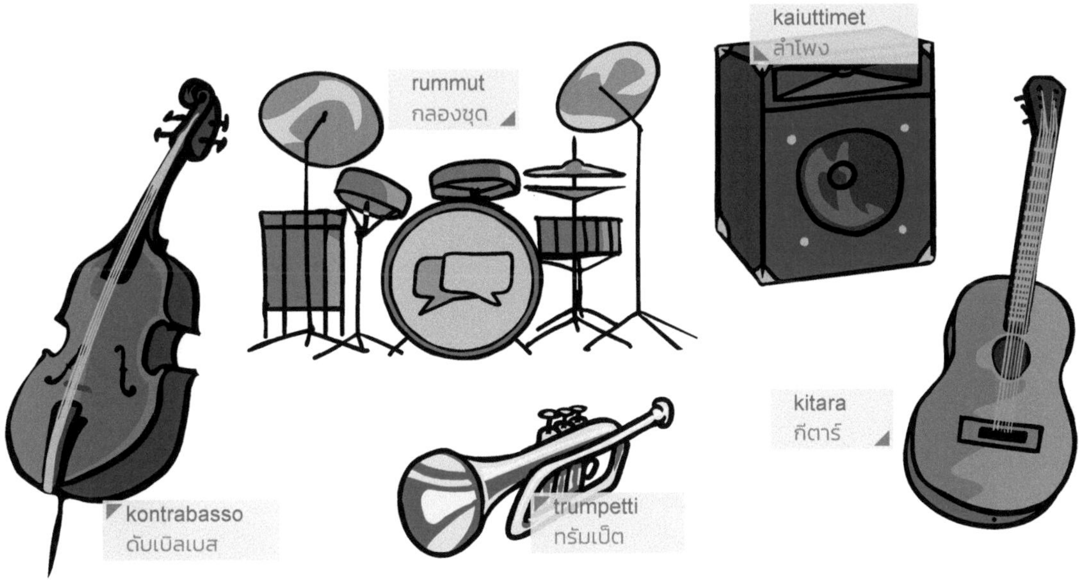

kaiuttimet
ลำโพง
rummut
กลองชุด
kitara
กีตาร์
kontrabasso
ดับเบิลเบส
trumpetti
ทรัมเป็ต

piano

เปียโน

viulu

ไวโอลิน

basso

เบส

patarummut

กลองทิมปานี

rumpu

กลอง

kosketinsoitin

คีย์บอร์ด

saksofoni

แซ็กโซโฟน

huilu

ฟลูต

mikrofoni

ไมโครโฟน

eläintarha
สวนสัตว์

sisäänkäynti
ทางเข้า
tiikeri
เสือ
häkki
กรง
seepra
ม้าลาย
eläinten ruoka
panda
หมีแพนด้า

eläimet
สัตว์

norsu
ช้าง

kenguru
จิงโจ้

sarvikuono
แรด

gorilla
กอริลล่า

karhu
หมี

kameli

อูฐ

strutsi

นกกระจอกเทศ

leijona

สิงโต

apina

ลิง

flamingo

นกฟลามิงโก

papukaija

นกแก้ว

jääkarhu

หมีขั้วโลก

pingviini

เพนกวิน

hai

ฉลาม

riikinkukko

นกยูง

käärme

งู

krokotiili

จระเข้

eläintarhanhoitaja

ผู้ดูแลสัตว์

hylje

แมวน้ำ

jaguaari

เสือจากัวร์

poni

ม้าพันธุ์เล็ก

leopardi

เสือดาว

virtahepo

ฮิปโป

kirahvi

ยีราฟ

kotka

เหยียว

villisika

หมูปาตัวผู้

kala

ปลา

kilpikonna

เต่า

mursu

ช้างน้ำ

kettu

จิ้งจอก

gaselli

กาเซลล์

urheilu

กีฬา

amerikkalainen jalkapallo
อเมริกันฟุตบอล
pyöräily
ขี่จักรยาน
tennis
เทนนิส
koripallo
บาสเกตบอล
uinti
ว่ายน้ำ
nyrkkeily
มวย
jääkiekko
ฮอคกี้น้ำแข็ง

jalkapallo

ฟุตบอล

sulkapallo

แบดมินตัน

yleisurheilu

กรีฑา

käsipallo

แฮนด์บอล

hiihto

สกี

poolo

กีฬาโปโลน้ำ

aktiviteetit
กิจกรรม

nauraa
หัวเราะ
hypätä
กระโดด
halata
กอด
kävellä
เดิน
laulaa
ร้องเพลง
unelmoida
ฝัน
rukoilla
ภาวนา/สวดมนต์
suudella
จูบ

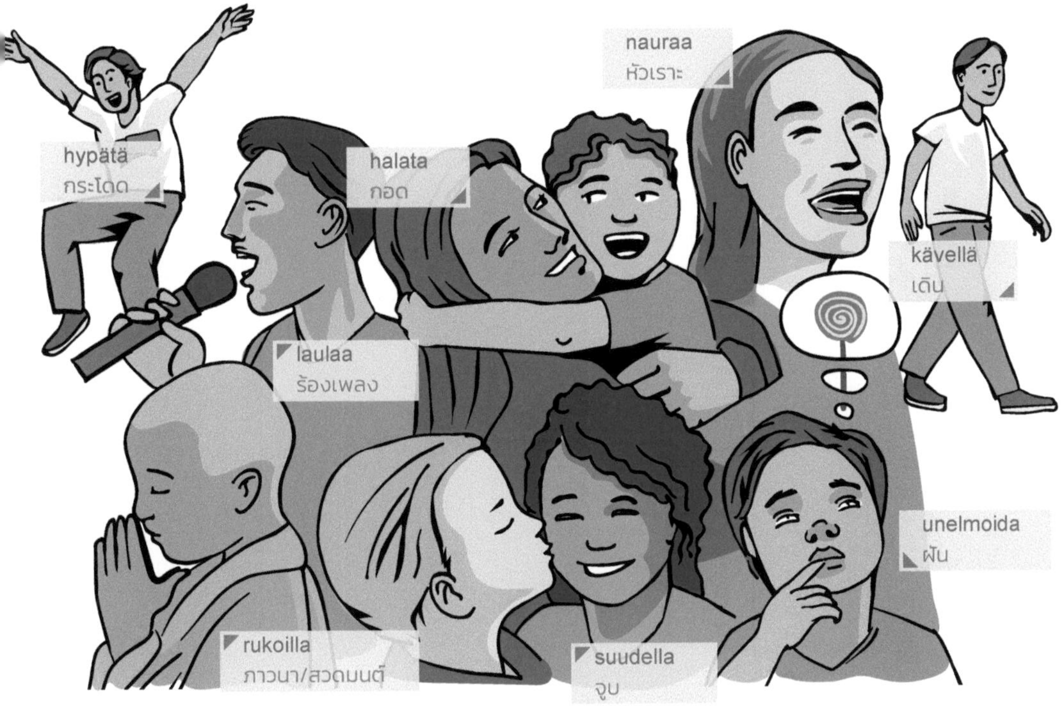

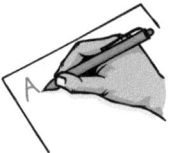

kirjoittaa

เขียน

piirtää

วาดภาพ

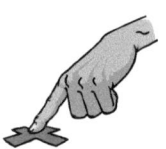

näyttää

แสดง

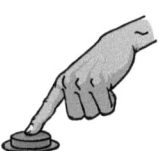

painaa

ผลัก

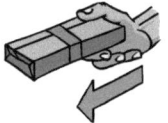

antaa

ให้

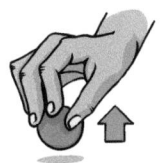

ottaa

เอาไป

omistaa

มี

tehdä

ทำ

olla

เป็น

seisoa

ยืน

juosta

วิ่ง

vetää

ดึง

heittää

โยน

kaatua

ตก/หล่น

maata

นอนเหยียดยาว

odottaa

รอคอย

kantaa

ถือ

istua

นั่ง

pukeutua

แต่งตัว

nukkua

นอนหลับ

herätä

ตื่น

katsoa
มองดู

itkeä
ร้องไห้

silittää
ลูบ

kammata
หวีผม

puhua
พูดคุย

ymmärtää
เข้าใจ

kysyä
ถาม

kuunnella
ฟัง

juoda
ดื่ม

syödä
กิน

siivota
จัดให้เป็นระเบียบ

rakastaa
รัก

keittää
ทำอาหาร

ajaa
ขับรถ

lentää
บิน

purjehtia

ล่องเรือ

laskea

คำนวณ

lukea

อ่าน

oppia

เรียนรู้

työskennellä

ทำงาน

mennä naimisiin

แต่งงาน

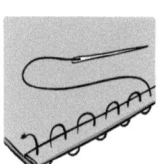

ommella

เย็บ

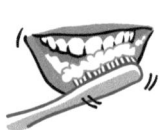

pestä hampaat

แปรงฟัน

tappaa

ฆ่า

tupakoida

สูบบุหรี่

lähettää

ส่ง

perhe
ครอบครัว

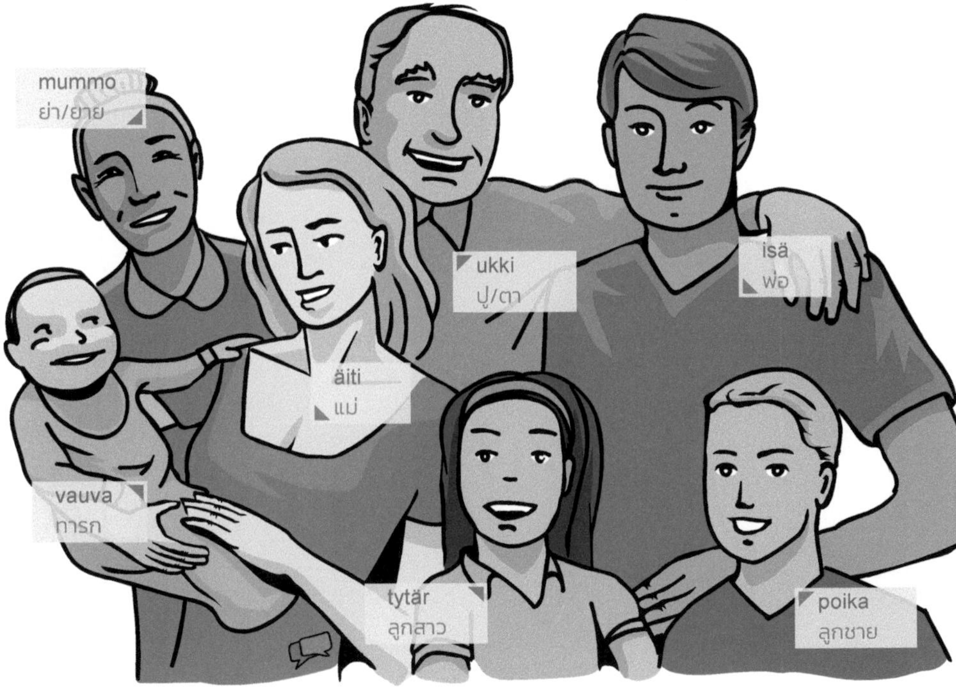
mummo
ย่า/ยาย
ukki
ปู่/ตา
isä
พ่อ
äiti
แม่
vauva
ทารก
tytär
ลูกสาว
poika
ลูกชาย

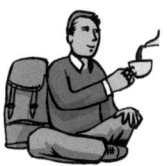

vieras

แขก

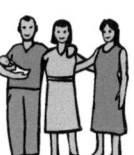

täti

ป้า

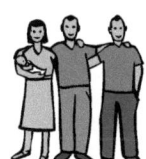

setä

ลุง

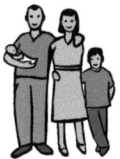

veli

พี่ชาย/น้องชาย

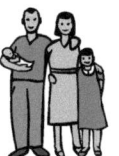

sisko

พี่สาว/น้องสาว

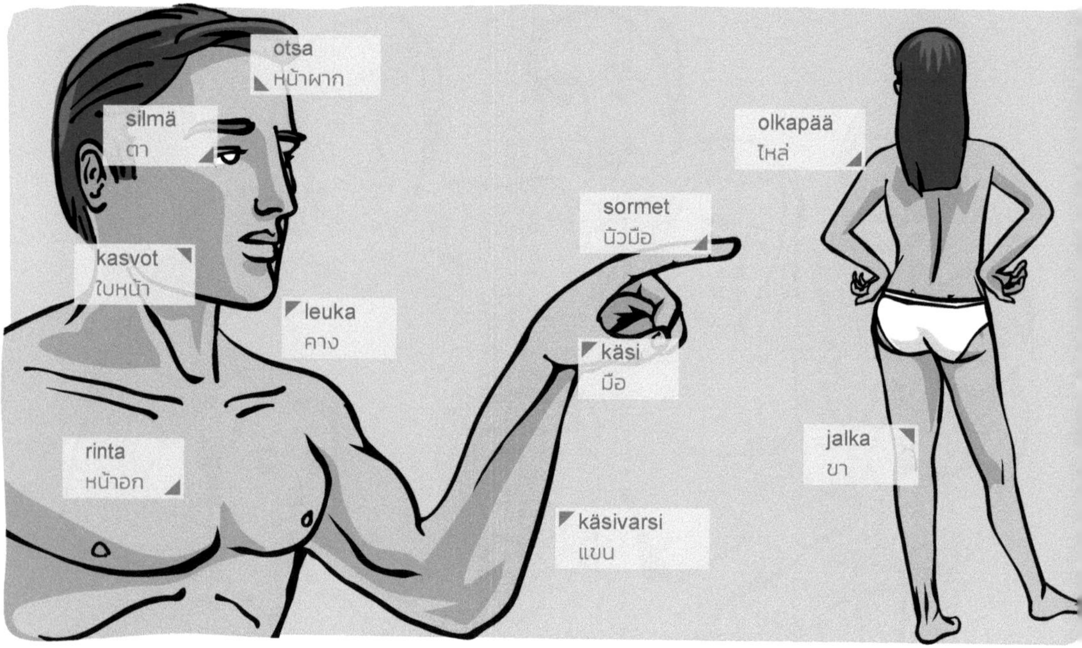

otsa
หน้าผาก

silmä
ตา

olkapää
ไหล่

sormet
นิ้วมือ

kasvot
ใบหน้า

leuka
คาง

käsi
มือ

rinta
หน้าอก

jalka
ขา

käsivarsi
แขน

vauva

ทารก

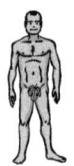

mies

ผู้ชาย

nainen

ผู้หญิง

tyttö

เด็กผู้หญิง

poika

เด็กผู้ชาย

pää

ศีรษะ

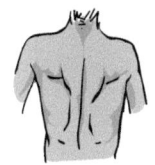

selkä

หลัง

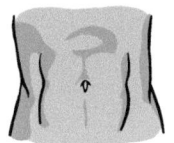

maha

ท้อง

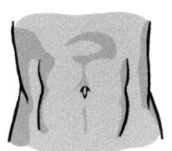

napa

สะดือ

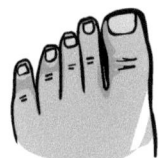

varvas

นิ้วเท้า

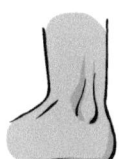

kantapää

ส้นเท้า

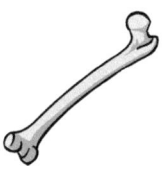

luu

กระดูก

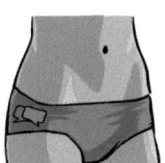

lantio

สะโพก

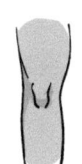

polvi

หัวเข่า

kyynärpää

ข้อศอก

nenä

จมูก

takapuoli

ก้น

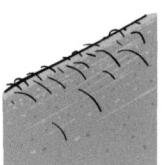

iho

ผิวหนัง

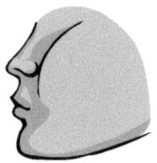

poski

แก้ม

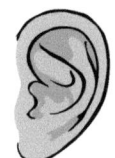

korva

หู

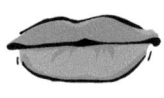

huuli

ริมฝีปาก

suu

ปาก

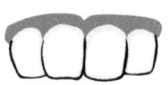

hammas

ฟัน

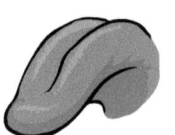

kieli

ลิ้น

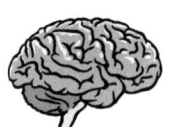

aivot

สมอง

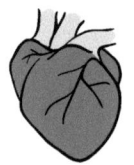

sydän

หัวใจ

lihas

กล้ามเนื้อ

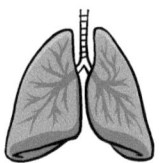

keuhkot

ปอด

maksa

ตับ

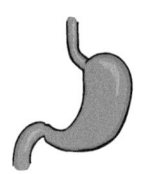

vatsa

กระเพาะ

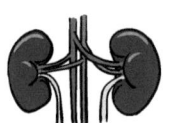

munuaiset

ไต

seksi

เพศสัมพันธ์

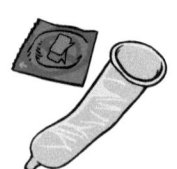

kondomi

ถุงยาง

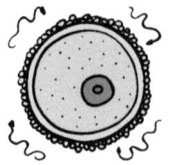

munasolu

เซลล์ไข่

sperma

น้ำอสุจิ

raskaus

การตั้งครรภ์

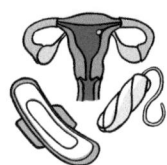

kuukautiset

ประจำเดือน

vagina

ช่องคลอด

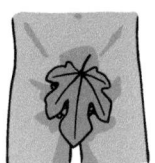

penis

องคชาต

kulmakarvat

คิ้ว

hiukset

เส้นผม

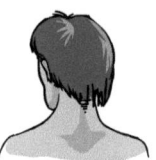

niska

คอ

sairaala

โรงพยาบาล

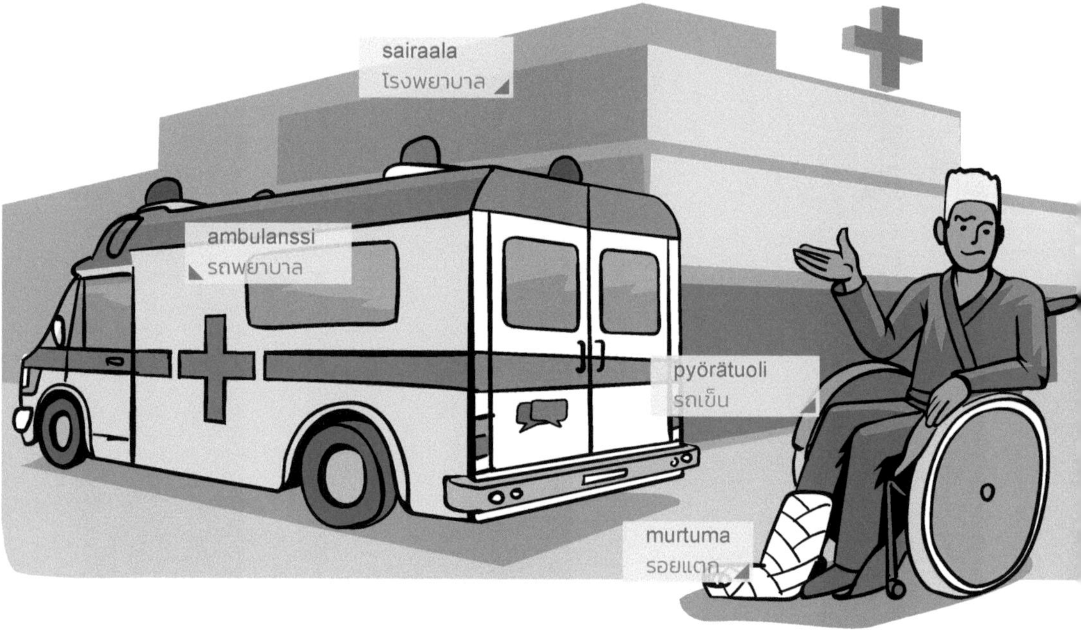

โรงพยาบาล
ambulanssi
รถพยาบาล
pyörätuoli
รถเข็น
murtuma
รอยแตก

lääkäri

หมอ

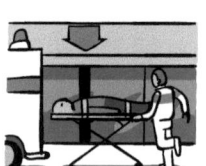

ensiapu

ห้องฉุกเฉิน

sairaanhoitaja

พยาบาล

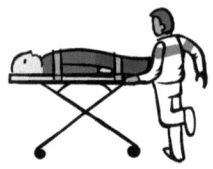

hätätilanne

ฉุกเฉิน

tajuton

หมดสติ

kipu

อาการเจ็บปวด

vamma

การบาดเจ็บ

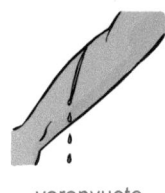

verenvuoto

เลือดไหล

sydänkohtaus

หัวใจวาย

aivoinfarkti

โรคหลอดเลือดในสมอง

allergia

โรคภูมิแพ้

yskä

ไอ

kuume

ไข้

flunssa

ไข้หวัด

ripuli

ท้องเสีย

päänsärky

การปวดหัว

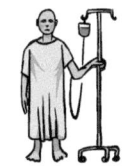

syöpä

มะเร็ง

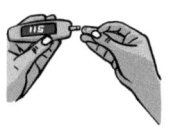

diabetes

โรคเบาหวาน

kirurgi

ศัลยแพทย์

veitsi

มีดผ่าตัด

leikkaus

การผ่าตัด

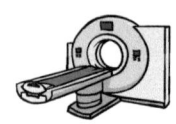

ct

เครื่องเอกซเรย์คอมพิวเตอร์ควา
มเร็วสูง

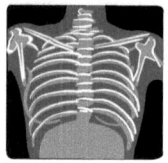

röntgen

เอกซเรย์

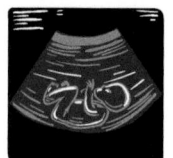

ultraääni

อัลตราซาวด์

maski

หน้ากากอนามัย

sairaus

โรค

odotushuone

ห้องรอตรวจ

sauva

ไม้เท้า

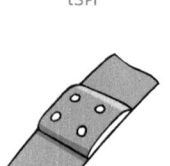

laastari

ปลาสเตอร์ยา

side

ผ้าพันแผล

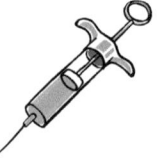

pistos

ฉีดยา

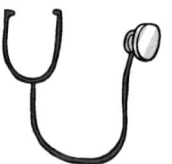

stetoskooppi

เครื่องฟังตรวจ

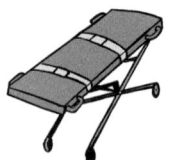

paarit

เปลหาม

kuumemittari

ปรอทวัดไข้

syntymä

การเกิด

ylipaino

น้ำหนักเกิน

kuulolaite

เครื่องช่วยฟัง

desinfiointiaine

สารฆ่าเชื้อ

infektio

การติดเชื้อ

virus

ไวรัส

HIV / AIDS

เอชไอวี/เอดส์

lääke

ยา

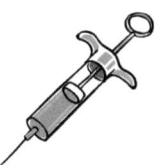

rokotus

การฉีดวัคซีน

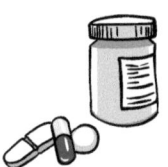

tabletit

ยาเม็ด

pilleri

ยาเม็ดกลม

hätäpuhelu

โทรออกฉุกเฉิน

verenpainemittari

เครื่องวัดความดันโลหิต

sairas / terve

ป่วย/ สุขภาพดี

hätätilanne

ฉุกเฉิน

Apua!

ช่วยด้วย!

hälytys

สัญญาณเตือนภัย

ryöstö

การทำร้าย

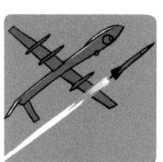

hyökkäys

การโจมตี

vaara

อันตราย

hätäuloskäynti

ทางออกฉุกเฉิน

Tulipalo!

ไฟไหม้!

palosammutin

ถังดับเพลิง

onnettomuus

อุบัติเหตุ

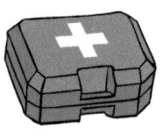

ensiapulaukku

ชุดปฐมพยาบาลเบื้องต้น

SOS

สัญญาณขอความช่วยเหลือ

poliisilaitos

ตำรวจ

maa
โลก

Eurooppa

ยุโรป

Pohjois-Amerikka

อเมริกาเหนือ

Etelä-Amerikka

อเมริกาใต้

Afrikka

แอฟริกา

Aasia

เอเชีย

Australia

ออสเตรเลีย

Atlantin valtameri

แอตแลนติก

Tyynimeri

แปซิฟิก

Intian valtameri

มหาสมุทรอินเดีย

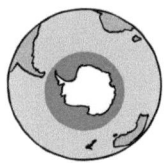

Eteläinen jäämeri

มหาสมุทรแอนตาร์กติก

Pohjoinen jäämeri

มหาสมุทรอาร์กติก

pohjoisnapa

ขั้วโลกเหนือ

etelänapa

ขั้วโลกใต้

Antarktis

แอนตาร์กติกา

maa

โลก

maa

พื้นดิน

meri

ทะเล

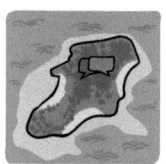

saari

เกาะ

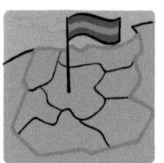

kansa

ชาติ/ประชาชาติ

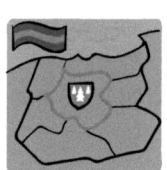

osavaltio

รัฐ

kello

นาฬิกา

kellotaulu

หน้าปัดนาฬิกา

tuntiviisari

เข็มชั่วโมง

minuuttiviisari

เข็มนาที

sekuntiviisari

เข็มวินาที

Paljonko kello on?

กี่โมงแล้ว?

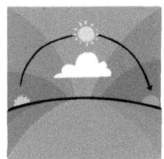

päivä

วัน

aika

เวลา

nyt

ตอนนี้

digitaalikello

นาฬิกาดิจิตอล

minuutti

นาที

tunti

ชั่วโมง

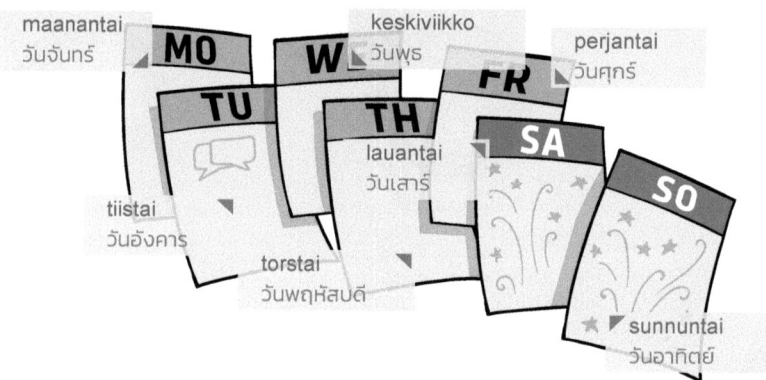

viikko

สัปดาห์

maanantai
วันจันทร์
keskiviikko
วันพุธ
perjantai
วันศุกร์
lauantai
วันเสาร์
tiistai
วันอังคาร
torstai
วันพฤหัสบดี
sunnuntai
วันอาทิตย์

eilen

เมื่อวาน

tänään

วันนี้

huomenna

พรุ่งนี้

aamu

ตอนเช้า

keskipäivä

ตอนเที่ยง

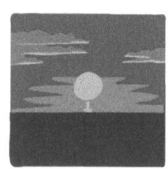

ilta

ตอนเย็น

työpäivät

วันทำการ

viikonloppu

วันสุดสัปดาห์

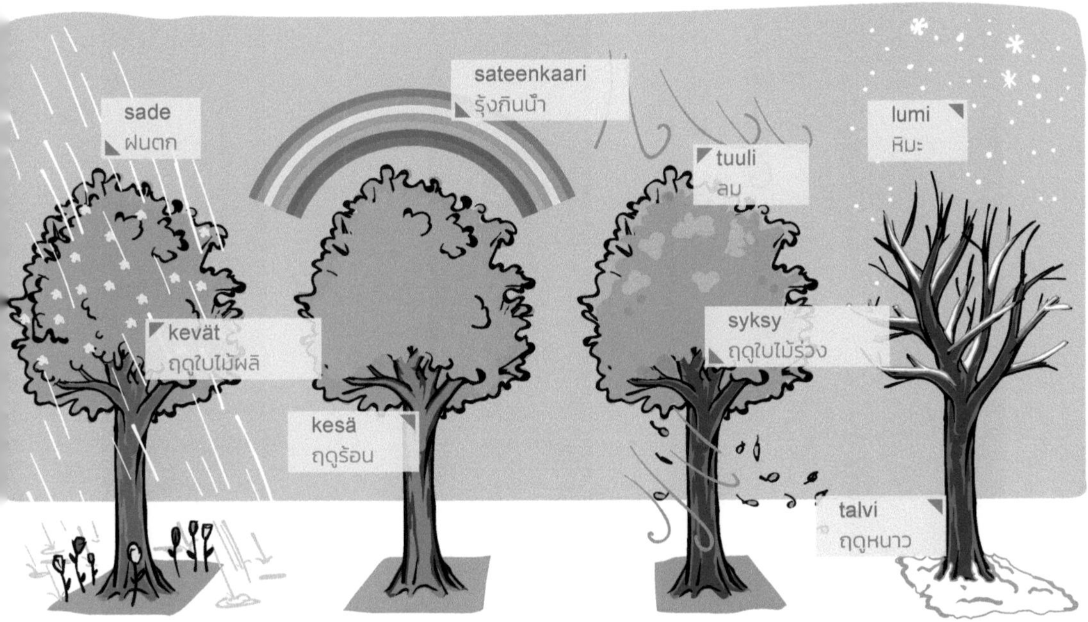

sade
ฝนตก

sateenkaari
รุ้งกินน้ำ

tuuli
ลม

lumi
หิมะ

kevät
ฤดูใบไม้ผลิ

syksy
ฤดูใบไม้ร่วง

kesä
ฤดูร้อน

talvi
ฤดูหนาว

4.APRIL	11°	☀
5.APRIL	4°	☁
6.APRIL	13°	☁
7.APRIL	8°	❄
8.APRIL	10°	☀

sääennuste
การพยากรณ์อากาศ

lämpömittari
เครื่องวัดอุณหภูมิ

auringonpaiste
แสงแดด

pilvi
ก้อนเมฆ

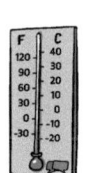

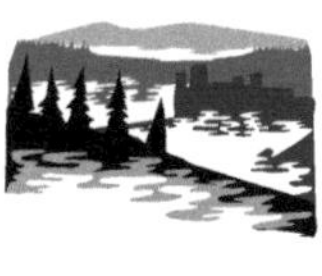

sumu
หมอก

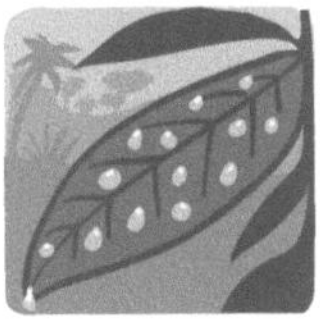

ilmankosteus
ความชื้น

salama

ฟ้าแลบ/ฟ้าผ่า

ukkonen

ฟ้าร้อง

myrsky

พายุ

rae

ลูกเห็บ

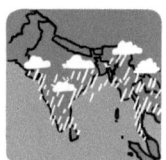

monsuuni

ลมมรสุม

tulva

น้ำท่วม

jää

น้ำแข็ง

tammikuu

มกราคม

helmikuu

กุมภาพันธ์

maaliskuu

มีนาคม

huhtikuu

เมษายน

toukokuu

พฤษภาคม

kesäkuu

มิถุนายน

heinäkuu

กรกฎาคม

elokuu

สิงหาคม

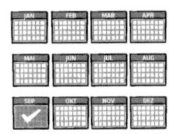

syyskuu

กันยายน

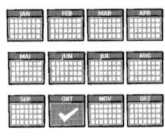

lokakuu

ตุลาคม

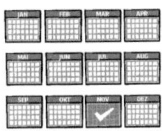

marraskuu

พฤศจิกายน

joulukuu

ธันวาคม

muodot

รูปร่าง

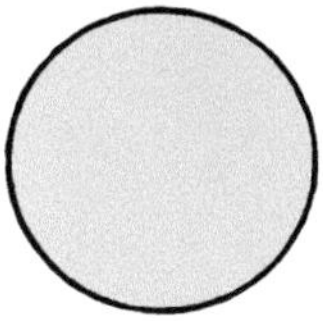

ympyrä

วงกลม

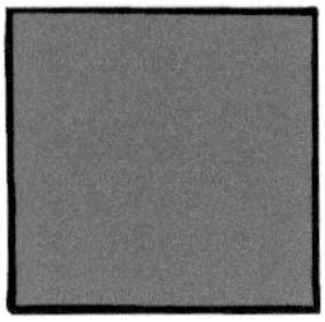

neliö

สี่เหลี่ยม

suorakulmio

สี่เหลี่ยมผืนผ้า

kolmio

สามเหลี่ยม

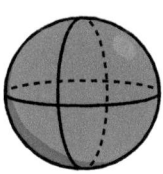

pallo

ทรงกลม

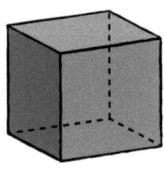

kuutio

ลูกบาศก์

värit

สี

valkoinen

ขาว

keltainen

เหลือง

oranssi

ส้ม

vaaleanpunainen

ชมพู

punainen

แดง

violetti

ม่วง

sininen

ฟ้า

vihreä

เขียว

ruskea

น้ำตาล

harmaa

เทา

musta

ดำ

paljon / vähän

มาก/ น้อย

vihainen / ystävällinen

ฉุนเฉียว/ สงบ

kaunis / ruma

สวยงาม/ น่าเกลียด

alku / loppu

เริ่มต้น/ จบ

suuri / pieni

ใหญ่/ เล็ก

vaalea / tumma

สว่าง/ มืด

veli / sisko

น้องชาย,พี่ชาย/ น้องสาว,พี่สาว

puhdas / likainen

สะอาด/ สกปรก

täydellinen / epätäydellinen

สมบูรณ์/ ไม่สมบูรณ์

päivä / yö

กลางวัน/ กลางคืน

kuollut / elävä

ตาย/ มีชีวิต

leveä / kapea

กว้าง/ แคบ

syötävä / syömäkelvoton

กินได้/ กินไม่ได้

paha / kiltti

ชั่วร้าย/ ใจดี

innostunut / tylsistynyt

น่าตื่นเต้น/ น่าเบื่อ

lihava / laiha

อ้วน/ ผอม

ensimmäinen / viimeinen

อย่างแรก/ สุดท้าย

ystävä / vihollinen

เพื่อน/ ศัตรู

täysi / tyhjä

เต็ม/ ว่างเปล่า

kova / pehmeä

แข็ง/ นุ่ม

painava / kevyt

หนัก/ เบา

nälkä / jano

หิว/ กระหายน้ำ

sairas / terve

ป่วย/ สุขภาพดี

laiton / laillinen

ผิดกฎหมาย/ ถูกกฎหมาย

älykäs / tyhmä

ฉลาด/ โง่

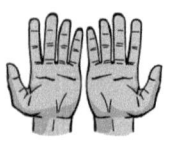

vasen / oikea

ซ้าย/ ขวา

lähellä / kaukana

ใกล้/ ไกล

uusi / käytetty

ใหม่/ ใช้แล้ว

ei mitään / jotain

ไม่มี/ บางสิ่งบางอย่าง

vanha / nuori

แก่/ หนุ่ม

päällä / pois päältä

เปิด/ปิด

auki / kiinni

เปิด/ ปิด

hiljainen / äänekäs

เงียบ/ ดัง

rikas / köyhä

รวย/ จน

oikein / väärin

ถูก/ ผิด

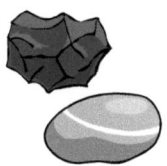

karhea / sileä

ขรุขระ/ เรียบ

surullinen / iloinen

เศร้า/ ดีใจ

lyhyt / pitkä

สั้น/ ยาว

hidas / nopea

ช้า/ เร็ว

märkä / kuiva

เปียก/ แห้ง

lämmin / viileä

อบอุ่น/ หนาวเย็น

sota / rauha

สงคราม/ สันติภาพ

numerot

เลข/จำนวน

0

nolla

ศูนย์

1

yksi

หนึ่ง

2

kaksi

สอง

3

kolme

สาม

4

neljä

สี่

5

viisi

ห้า

6

kuusi

หก

7

seitsemän

เจ็ด

8

kahdeksan

แปด

9

yhdeksän

เก้า

10

kymmenen

สิบ

11

yksitoista

สิบเอ็ด

12

kaksitoista

สิบสอง

13

kolmetoista

สิบสาม

14

neljätoista

สิบสี่

15

viisitoista

สิบห้า

16

kuusitoista

สิบหก

17

seitsemäntoista

สิบเจ็ด

18

kahdeksantoista

สิบแปด

19

yhdeksäntoista

สิบเก้า

20

kaksikymmentä

ยี่สิบ

100

sata

หนึ่งร้อย

1.000

tuhat

หนึ่งพัน

1.000.000

miljoona

หนึ่งล้าน

kielet

ภาษา

englanti

ภาษาอังกฤษ

amerikanenglanti

ภาษาอังกฤษแบบอเมริกัน

mandariinikiina

ภาษาจีนแมนดาริน

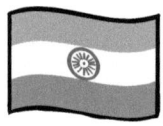

hindi

ภาษาฮินดี

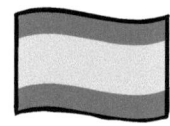

espanja

ภาษาสเปน

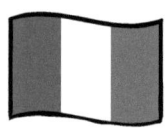

ranska

ภาษาฝรั่งเศส

arabia

ภาษาอาหรับ

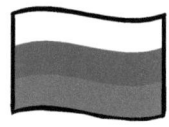

venäjä

ภาษารัสเซีย

portugali

ภาษาโปรตุเกส

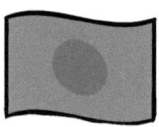

bengali

ภาษาเบงกอล

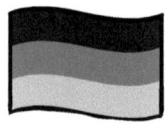

saksa

ภาษาเยอรมัน

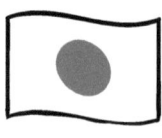

japani

ภาษาญี่ปุ่น

kuka / mitä / miten

ใคร / อะไร / อย่างไร

minä

ฉัน

sinä

เธอ

hän

เขา / หล่อน / มัน

me

พวกเรา

te

พวกคุณ

he

พวกเขา

kuka?

ใคร?

mitä / mikä?

อะไร?

miten?

อย่างไร?

missä?

ที่ไหน?

milloin?

เมื่อไหร่?

nimi

ชื่อ

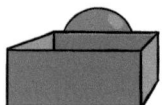

missä

ที่ไหน

takana

ข้างหลัง

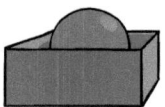

sisällä

ใน

edessä

ข้างหน้า

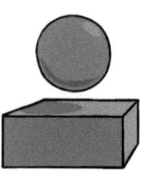

yläpuolella

เหนือ

päällä

บน

alapuolella

ใต้

vieressä

ด้านข้าง

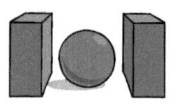

välissä

ระหว่าง

paikka

ตำแหน่ง